சொல்லப்படாத காதல்

திவ்யா. தே

யாப்பு பப்ளிகேஷன்

YAAPPU   PUBLICATION

(Affiliate by Aelay Publish)

Copyright © *திவ்யா. தே*

சொல்லப்படாத காதல்

ISBN: 978-93-55331-26-7

First Edition: 2021

Typesetting By A.Siva Prakash

Proof Reading by Renuga devi

Cover Design by Anitha Dinesh

சொல்லப்படாத காதல்

சொற்களால் மலர்ந்து, முறிந்து போகும் காதலுக்கு
நடுவில்.... என்னவன் அறியா என் காதல்;
சொல்லப்படாத காதலாக.

ஆழி பெருங்கடலின் ஆழத்தை கூட அளவிட
முடியும்....இந்த சொல்லப்படாத காதலை; அளவிடவும்
முடியாது, வர்ணிக்கவும் முடியாது...

ஆம்... முடியாது.. இது உணரப்பட வேண்டியது சொல்லி
தெரியக் கூடாது உள்ளத்தால் உணர வேண்டும்...
மன்னவன் உன் காதலும் தலைவி என் காதலும் சொல்லி
புரியவைக்க இது வழக்காடு மன்றம் அல்ல வாழும்
மன்றம். சொல்லிலும் செயலிலும் தெரியாத நம் காதல்
உணர்வுகள் கவிதைகளாய் இங்கு.

தொகுப்பாளர்

பெயர் திவ்யா. தே (தமிழ் தாயின் மகள்) வேலூர்

மாவட்டத்தில் மலர்ந்த அழகிய மொட்டு....

தமிழை காதலித்து; கவிதைகளோடு வாழ்பவள்....

தாய்க்கு நிகராக தமிழை நேசிப்பவள்....

ஒருவரின் பிரிவை மறக்க கவி தீட்டி, இன்று பலரின்

மனதை ஆற்றும் மருந்தாக இவளின் கவிகள்...

ஆறுதலை தேடி பிறரிடம் ஓடும் கூட்டத்துக்கு நடுவில்

கவிதைகளை நாடிச் செல்பவள்....

இன்பமோ, துன்பமோ கவிதைகள் மட்டும் உடன்

போதும் என எண்ணம் கொண்டவள்....

சொல்லப்படாத காதல்

காதலா எதிர் பாலின ஈர்ப்பா என அறியா ஒரு காதல்....

மழலையாக நான் இருந்தும் – அவனின்

மழலை தனத்தை ரசித்தேன்..

புத்தகத்தை படிக்கும் முன்பே

மொத்தமாய் படித்தேன் அவன் மனதை..

என்னை அறியாமலே என்னவனை...

அவனின் கரம்பிடித்து நடக்க பழகினேன் - இன்று

அவனின் கரம் பற்ற தவிக்கிறேன்...

ஓராயிரம் முறை பார்க்கிறேன் ஒருநாளில்

ஒரு முறையாவது உன்னிடத்தில் என்னை தர....

நிஜத்தில் நல்லவள் ஆயினும்....

நிழல் உலகில் நித்தமும் செய்கிறேன் அவனுடன்....

நிழல் உலகில் வாழ்ந்ததால் என்னவோ...

நிஜத்தில் வரவே உள்ளம் தடுமாறுகிறது...

என்னவனின் கரம் பற்றி காதல் அலைகளின் ஓரம்

நடந்திட சென்றிட ஆசை அல்ல பேராசை...

பதினைந்து வரிகளில் ஐந்து ஆண்டு காதலை

புதைத்திட முடியாது; புரிந்து கொள்ளடா....

உனக்கான கவிதை அல்ல இது...

நம் காதல் காவியம் இது.....

திவ்யா. தே

<u>எழுத்தாளர்கள் பெயர்கள்</u>

<u>கவிதைகள்</u>

1. அறிவு செவ்வூரான்
2. அஜேஷ் ராம் ஜெ.ஜெ
3. ஆதினி
4. இயற்கையின் காரிகை
5. இராவணன் பேரன்
6. க. இளமாறன்
7. இளையகவி மணிகண்டன் தண்டபாணி அரும்பராம்பட்டு.
8. கு. ஈஸ்வரி
9. ஐரா
10. இர.கந்தவேல் பிரபாகரன்
11. கலைத்தென்றல்
12. கலையரசி
13. கவிஞர் கோகுல் காளியப்பன்
14. கிருபாகரன் பா
15. சங்கவி சகி
16. சந்திரசேகரன் பாபு
17. சாலா
18. சிவசக்தி நடராஜ்
19. சிஹ்லா
20. சுந்தர்
21. தமிழின் தோழன்
22. தமிழினியாரா. திவ்யதர்ஷிஸி

23. தஸ்பி

24. தாரகா கார்த்திக்

25. தாரகை

26. போ. திலகவதி

27. திலீப்

28. மோ.திவ்யாராஜ்குமார்

29. துரை காசி ராஜன்

30. தேன்மொழி.ரா

31. நந்தினி அருண்

32. நிதர்சண கவிஞன் ரஹ்மான்

33. நிலவு காதலி

34. சு. பாத்திமா ஹம்தா

35. கவிஞர். பாரதிமுருகன்

36. பிரியதர்ஷினி.செ

37. மணி

38. மோ.மனோகரி

39. ர.முத்துசாலினி

40. முஹம்மது வாஜித்

41. யாதுமானவள்.

42. யாமினி

43. யுவன் K.பாபு

44. இரா.ரதிப்பிரியா.

45. ர. ரமேஷ்

46. ராஜேஷ்குமார்.ச

47. ரேவதி பால்மாணிக்கம்

48. நா.வசந்தி

49. செ.விஜயகுமார்

50. ஜான் போஸ்கோ

51. ஜெயந்தி.G.D

52. ப்ரீதர்.ரா

53. ஷினோலா

54. Ajith Krishna

55. Aravindh kumar M

56. Aravinthan. S

57. Arul kingsly Robert

58. ASHWIN. M (kavikko ash)

59. Bala

60. Balaji . M

61. Bharathippriyan D

62. S. BHUVANESHWARAN

63. BOOMICA P

64. Chandra Prakash

65. Gokul

66. Hariharan Gurusamy

67. S.JITHENDRAHASAN

68. KALAI THENDRAL M

69. K Kameshwaran

70. Karthick Raja P

71. Kavin Manoharan

72. Leo Thambu Sebastian

73. Madhavan

74. Manikandan k

75. Murugesa Sethupathi

76. Paul RobinSon Levi

77. Rabinston. S

78. Ramesh krishnan R

79. Rabinson

80. Soundaryalaxmi Baskar

81. Sri bhavadharini

82. Venod.p.viyas

83. S.Vishnupriya

<u>சிறுகவிதை</u>

1. ஒருதலைக்காதலன்

2. *சந்தியா*

3. Bharathi

4. HARIESH P

5. kirukkiya_kavidhaigal

6. SHAILO JOY .A.J

7. Shayan Pothannayagam

ஒருதலைகாதல்

கோண மூக்கு கொண்டக்காரி கொய்யாப்பழ உதட்டுக்காரி

சான புடிக்கும் சாக்குல சமஞ்ச கத சொன்னவளே

வெட்டு அறுவா வெட்டலனு வேதனைய சொல்லி சொல்லி

மக்கறுவா கூறு போல மழிக்கிபுட்டா எம்மனச

முச்சந்தில நின்னுகிட்டு முணுமுணுத்து போனவளே
முப்பொழுதும் உன் நெனப்பு

மூச்சு முட்ட நிக்குதடி

எட்டுப் பொழுதாச்சு

எம்பொழப்பு நாசமாச்சு

தட்டுன என் காதல

பட்டுனு சொல்ல வந்தா

பட்டணத்துக்காரி பாக்காமலேயே பாதிஊரு தாண்டி
போயிட்டியே...

–அறிவு செவ்வூரான்

முப்பொழுதும் கற்பனைகள்

உறக்கமிழந்தேன் பசிக்க மறந்தேன் உடல் மெலிந்து
உருவமிழந்தேன் கற்பனை வந்து கனவை தொலைத்தேனே

காதல் வந்ததோ காதல் வந்ததோ

நிலவில்லா நேரம் பார்த்து விண்மீனின் வெளிச்சம் சேர்த்து
விரலுக்குள் விரல் கோர்த்து வீதி உலா வருவோமா

அன்றில் போல முன்றில் நின்று கொட்டும் மழையில் கூத
காய்ந்து கன்றின் மொழியில் என்றும் பேசி எல்லை மீற
இம்சைகள் செய்வோமா

உச்சி வெயில் சூடு தணிக்க

இச்சி மரம் நிழல் தருமே

எச்சில் சுவைக்கு ஏங்கி தவிக்கிறேன்

இச்சை தணிக்க வருவானோ ...?

–அறிவு செவ்வூரான்

பள்ளி பருவ ஒரு தலை காதல்

உன் பாதி முகத்தை பார்ப்பதிலே

என் பாதிநாள் முடிகிறது காதலிலே

என் கவனம் என்னவோ உன்னிடத்தில்

உன் கவனமெல்லாம் ஏன் புத்தகத்தில்

உன் விழி என்னைக் காணாதா

என் விழியோடு ஒருமுறை பேசாதா

என தவிக்கிறது என் மனம்

பறவை தன் குஞ்சுகளை கொத்தும்

குஞ்சுகளுக்கு அரவணைத்ததே நினைவில் நிற்கும்

என்னைப் பலமுறை முறைத்து பார்த்தாலும்

என்னைப் பார்த்து நீ செய்த புன்னகை

என் வாழ்நாள் முழுவதும் நினைவலைகள்....!!

- அஜேஷ் ராம் ஜெ.ஜெ

இயற்கையில் காதல்

உயிர்களின் ஆதாரமான ஆதவனிடம் அனுதினமும் பொங்கிக் களிக்கும் அலைகடல் கொண்ட காதல்!

வான்தழுவும் மலைமுகடுகளிடம் வான்கொஞ்சும் மேகங்கள் கொண்ட காதல்!

அகிலத்தைச் செழிப்படைய செய்யும் அமிர்தமான மழையிடம்...

தோகை விரித்தாடும் எழில்மிகு வண்ண மயில் கொண்ட காதல்!

காத்திருப்பு என்னும் ஆழ்ந்த,அழகான அனுபவம் கிட்டும், ஒருதலைக் காதலில்!!!

இவ்வாறாக இயற்கையின் நிழற்குடையில் பல சொல்லப்படாத காதல்கள் அழகு!

-ஆதினி

காதல் விளையாட்டு

தினமும் கடக்கும் ஒத்தையடி சாலை..

அதில் தினமும் உலவும் பார்வை...

ஆசைகள் ஆயிரம் கொண்ட நெஞ்சம்...

சொல்லிட தயக்கம் மட்டும் கொஞ்சம்..

சொல்லி சொல்லி உணர்வதில்லை காதல்...

சொல்லாமல் கடப்பதில் தானே சாதல்..

சொன்னாலும் புரியாத இதயத்திடம் எப்படி சொல்லி
உணர்த்திடவோ என் காதலையும்...

அதனால் நான் படும் அவஸ்தையையும்..

ஏற்கும் மனம் அவனுக்கில்லை...

அவனை மறக்கும் மனமோ எனக்கில்லை...

விதி செய்யும் விளையாட்டை விளையாடி பார்த்திட ஆசை
மட்டும்... எங்கள் இருவருக்குள்ளும்..

இயற்கையின் காரிகை

சபிக்கப்பட்ட தேவதை

உன்னை கண்டு எழுதச் சொல்லி ஏங்கும்

என் பேனாவிடம் எப்படிச் சொல்வேன்..

மாற்றான் தோட்டத்து மல்லிகை அவள்

சடங்குகளில் சிதைந்தச் சிலை அவள்

பெரியோரின் எழுத்துப் பிழை அவள்

பேழைக்குள் புதைந்த பொக்கிஷம் அவள்

வேலி துறந்தப் பயிர் அவள்

கூடு திரும்பிய குருவி அவள்

இசை மறந்த குயில் அவள்

தோகை உதிர்த்த மயில் அவள்

வாசம் பூட்டிய மலர் அவள்

வாடிய போதும் சோலை அவள்

தினம் தேய்ந்தும் நிலவு அவள்

வர்ணம் வேண்டா வானவில் அவள்

ஓங்கிய எண்ணங்களின் வானம் அவள்

ஒளி மங்கியும் விண்மீன் அவள்

வஞ்சக கனலில் கொதிக்கும் உலை அவள்

காம கண்களுக்கு தீ அவள்

பறக்கத் துடிக்கும் பறவை அவள்

பாச வலைக்குள் மீன் அவள்

வாழ வேண்டிய வாழை அவள்

போற்ற வேண்டிய பெண்மை அவள்

விடை கொண்ட விடை அவள்

கேட்டு அறியா கேள்வி அவள்

கண்ணெதிரே கனவு அவள்

என் நினைவில் நீங்கா கன்னியவள்

என்றும் நான் சேரமுடியா செவ்வான கீற்று அவள்....

- இராவணன் பேரன்

சொல்லாததும் சொர்க்கமே!

அச்சம் எனை பிடித்துக் கொள்ளும்!

ஆண்மை எனும் மிதப்பு மிரண்டுவிடும்!

இஃதென்ன புரியாத மாயம்.?

ஈசல் போல் மனம் பறக்கும்.!

உன்னிடம் என் காதலை சொல்ல வருகையில்

ஊமையாகிவிடும் உதடுகள்.!

என்ன இது விந்தை.?

ஏட்டிலும் படித்ததில்லை

ஐயமும் விட்டு சென்றபாடில்லை.!

ஒன்று மட்டும் அறிந்து கொண்டேன்.!

ஓர் நொடி உன்னருகே வந்தால்

ஔவை வாக்கும் மறந்திடுவேன்.!   இத்தனை கடினமா காதல்
சொல்ல.? இதற்கு என் காதலை கூறாமல் சொல்லப்படாத காதலோடு
சொர்க்கமாய் வாழ்வேன்!

-க. இளமாறன்

ஒருதலைக்காதல்

நாள்தோறும் கண்ட போதும்!!! நான் யாரென்று நீ அறிந்ததில்லை!!!

அறிவிப்பு செய்ய எண்ணி அனுதினமும்!!

நினைத்தபோதும் ஆண் நெஞ்சம் தடுக்கிறது!!!!

உன் கைகள் கோர்க்கும் நாட்களை எண்ணி!!!

என் மனம் வாடி நிற்க!!! நீ போகும் பாதை என்பக்கம் மாறிடாதோ!!!! இதழ் மலர புன்னகை பூத்திடாதோ????

உள்ளம் எங்கும் உன் நினைவு!!!

உம்மை அடையாவிடில் ஏற்பேன் துறவு!!!

தென்றல் என வீசி விடு! தேன்மொழியால் பேசி விடு!!!

தாமதிக்காமல் என்னை சேர்ந்து விடு!!!!!!!!

ஒருதலை காதல் மனதினை!!!!

ஒன்றிணைத்து கொள்ள நெஞ்சம் கொடு..........😍😍

-இளையகவி மணிகண்டன் தண்டபாணி அரும்பராம்பட்டு.

காதல் உலகம் ...

என் அன்பு அவனுடன் செலவிட விரும்பிய அழகிய
பொழுதுகள்.... கனவுகளில் மட்டும் நடந்தேரும் தருணங்கள்!

அனைத்து நிகழ்ச்சிகளையும் அழிக்க முடியா நினைவுகளாக
மாற்றும் உன்

அழகிய புன்னகை காண ஏங்கிய தருணங்கள்...

உன் கைகள் பிடித்து நடக்கும் சிறு பொழுதுகளுக்கு ஏங்கி

காத்திருக்கும் அந்த அழகிய நொடிகள்...

விழியோரம் வரும் சிறுதுளி நீரை உன் கரங்கள் கொண்டு

அன்புடன் தடுக்கும் அழகிய தருணங்கள்...

உன் மடியில் உறங்கும் வரம் வேண்டி

என்றும் நம் அழிவில்லா அன்பெனும் உலகில்

உன் சிறு புன்னகையால் வாழும்... நான்....

காலம் கைகூடுமா... நம் அன்பு சேர்க்குமோ நம்மை....

-கு. ஈஸ்வரி

உன்னில் என்னை மீட்டு கொடு

என் உலகமே நீயென்றிருந்தேன் ஆனால் உன் உலகமதில்
நான் இல்லை

என்பதை மறந்தேன்...

ஊன் உயிராக நீ எனக்கு

மற்றவரை போல் சகஉயிராக நான் உனக்கு...

காதல்கொண்டேன் உன் காந்தகண்களை கண்டு...

அக்கண்ணில் காதலை காண்கிறேன்

எனக்கல்ல மற்றொரு பாவைக்கு...

காரிகையின் கனவுக்கோட்டை காற்றில்கரைந்தது...

கள்வனின் காதல் வெள்ளம் கரைசேர்ந்தது...

இன்று கண்ணீர் நதியில் துடிக்கும் புழுவாய் நான்...

நாளை உன் கன்னிகையின் மடியில் கவிதையாய் நீ...

- ஐரா

பத்துத் தலையுண்ட ஒருதலை

சொல்லில் அடங்கா காதலு மிதுவே, கல்லில் ஈரமாய் இருப்பது மதுவே, காலம் நேரமெலாம் இதற்க் கன்று, காவிய வசனப் பொழிவு தின்று, பூட்டிய மனது திறக்கு மென்று, ஏங்கியே உள்ளம் தவிக்கு மன்று,

பத்துத் தலையுடை ராவண னன்று, ஒற்றைத் தலையுடை காதல் கொண்டு, முடிவைத் தேடினான் மரணம் கண்டு, முதலும் முடிவும் இல்லாத ஒன்று,

முடிவை நோக்கியே நகரும் நின்று, இருதலை உடனாய் ஒப்பிட இயலா, ஒருதலை உடைய ஒப்பற்ற மையல், காலத்தால் அழிவு இல்லாத ஒன்று,

காவியம் படைக்கும் வல்லமை யுண்டு, தேடலில் வாழ்வை முடித்திடும் நன்று.

-இர.கந்தவேல் பிரபாகரன்

காதலை எண்ணி!

கனவாய் வாழ்ந்த காலத்தில் அவள் என் கண்களுக்குள்
குளிர்ச்சியானாள்...

குழையாக உன் எண்ணங்கள் என்னைப் பற்றிட...

சிறு பிஞ்செ‌ன உன்னிடத்தில் தப்பினேன்...

நேரத்தில் ஞாலத்தையடைந்த மகிழ்வு என்னுள்...

உன்னோடு வாழவைத்தது மறுகணம் கணாவில்...

நினைவாய் என்னிட ஆசைகள் தான்...

உன் நினைவால் வாழ்ந்திட மணம் துடிக்கிறது...

கேளாதுப் போவாயெனினும்...என் எண்ணங்கள்
குப்பையாகிடக்கூடாதென நம்புகிறேன்🩶

- கலைத்தென்றல்

சொல்லாமல் அழிந்த காதல்

கனவுகளும் கலைந்தது காலங்களும் கரைந்தோடியது

ஆனால் உன் மேல் கொண்ட காதல் மட்டும் மாறவே இல்லை ..

பார்த்த முதல் பார்வையிலே புரிந்தது எனது

தேடலின் அர்த்தம் நீயென ..

இதயமும் இரக்கமும் இல்லாத உனக்கு எனது புலம்பல்கள்

புரியப் போவதுமில்லை.. சிலரின் பார்வையில் .

நான் உன்னை ஒரு தலையாக காதலித்தேன் என்று...

ஆனால் உண்மையோ உயிராக அல்லவா காதலித்தேன்.....!

சொல்லப்படாத என் காதல்

சொல்லாமல் சொல்லிவிடும் உனக்கு

என் மரண படுக்கையில் ..

-கலையரசி

ஆண்பிள்ளை

உந்தன் அருகாமை கிடைக்கும் என்று அவ்வளவு ஆசை
கொண்டிருந்தவனுக்கு அப்படி ஒரு நிகழ்வு இனி
நிகழப்போவதில்லை என்று அறிந்த கணம் அஞ்சு வயசு
அறியா மழலை போல் அழத்துடித்தும் ஆண்பிள்ளை என்ற
ஒருசொல் அழுகையை பனிமறைவில் உறைந்து கிடக்கும்
பார்கடலாய் மறைத்து பதுக்கி வைத்து பாதையை
தொடர்கிறேன் என் செய்ய நான் ஆண்பிள்ளை.......

-கவிஞர் கோகுல் காளியப்பன்

மயிலிறகும் அவளும்

புத்தகத்திற்குள் மறைத்து வைத்த மயிலிறகாய்,உன்மேல்
என்னுள் மறைத்து வைத்த "...?..?..?"

ஆம்,அன்று அந்த உணர்விற்குப் பெயரிட்டு அழகு பார்க்கத்
தெரியாத நாட்கள்...

மயில் அறியா விட்டுச்செல்லும் மயில் இறகைப்போல்....
அன்று உனை அறியா நீ விட்டுச்சென்ற உன் ஒற்றை தலைமுடி
சேகரித்த நீ அறியா நாயகன்.....

இன்று நாட்கள் கடந்து விட்டன...வயதும் கூடிவிட்டது..

இன்றும் மயிலிறகின் பின்னால் மறைக்கப்பட்ட *"புத்தகத்தின்
தலைப்பாய்"* உன் ஒற்றை தலைமுடி.....

குறிப்பு:

"வீட்டு அலமாரியை சுத்தம் செய்யும்போது...."

-கிருபாகரன் பா ஜ

சொல்லப்படாத காதல்

கம்பனின் பிள்ளை நான் கவிஞனாக்கிய உனை தேடி கவிதை கற்க வந்தேன்...

கற்க வந்த வேலை முடியும் முன்பே இதயப் பள்ளிக்குள் ஆயிரம் காலம் பயில தஞ்சமடைந்தேன்...

காலங்கள் போன போதும் உன் மீது தோன்றிய பள்ளிக் கால காதலுக்கு வயதாகவில்லை...

எனக்காக நீ கிடைத்தால் எந்தன் வானம் விடிந்திடுமே என்று ஒரு வார்த்தையும் இல்லாமல்

ஆசை கொண்ட நெஞ்சத்தை தேடி வந்தேன்...

திங்கள் கொண்ட மஞ்சள் வானம் விடியாது இருண்டு போனாலும்

மறையாது அவன் மீதான நேசம்... அவன் செல்லும் பாதையில் பயமின்றி எனக்கான வாழ்வின் வெளிச்சம் கிடைத்திடும் என்று

கங்கை நீரை போல சத்தமிடாமல் பின்னே போகிறேன் !!

-சங்கவி சகி நாமக்கல்.

கண் முன் தோன்றிய காரிகை

நீண்டு போன இரயில் பயணம்

சன்னல் வழியே இயற்கையுடன்

நானும் பேசிட ..!!

கூட்டத்தின் இரைச்சல் சற்று

குறைந்து போனது ..!!

ரசித்து களைத்த கண் இமை மூடா

மறுத்து போனது ..!!

அனல் காற்றும் குளிர்ந்து

போனது ..!!

கூட்டத்தின் இடர்களில் மெல்ல

நகர்ந்து என் முன் அவள் நிற்கையில் .

-சந்திரசேகரன் பாபு

என்னவள் கொடுத்த ரணங்கள்

சல சல கூச்சலுக்கு மத்தியில்

என் மனம் சலனம் ஆனது காற்றுடன் கதை பேசும்

கூந்தலைச் சூடி ..!!

முகம் முழுதும் புன்னகை ஏந்தி ..!!

என் முன் அவள் தோன்றுகையில்..

சலனம் பெற்ற மனம் - ரணங்கள்

நிறைந்தது ..!! மேளங்கள் முழங்க - மேடையில்

திருமண கோலத்தில் அவளும் ..!!

கையில் பூங்கொத்து ஏந்தி நானும் ..!!

எதிர் எதிரே நிற்கையில் .....

- சந்திரசேகரன் பாபு

பார்வையில் பரிதவித்தேன்

புள்ளில் சருகி தவிழும்

பணியும் பணிந்து போக..!!

வான் பொழியும் மாறியும்

அமைதியாய் பூமியை குளிர்விக்க...!!

இருளில் கண் விழித்து நிலவை ஆந்தை ரசிக்க...!!

காக்கை குருவிகளும் கரையாது

கூண்டுக்குள் அடங்கி அமர...!!

என் மனம் மட்டும் என்னில்

அடங்கா துடிக்குதடி – உன் ஒற்றை விழி பார்வை

நோக்க.........

- சந்திரசேகரன் பாபு

ஒருதலை காதல்

என் கற்பனையின் பயணம் இது

காற்று தந்த திசையெல்லாம்

என்னை கட்டி அணைத்துக் கொண்டது.

அலைகடலாய் மனம் எங்கும்

அவள் பெயரை உச்சரிக்கும்.

தொலைவில் அவளைப் பார்த்த நொடியில்

தொட்டுவிடும் காய்ச்சல். சிறு நொடியில் அவள் மேனியில்

கவிதை பேசும் துணியின் ஓரம்

தீண்டுகையில் படபடத்து விடும் என் இதயம்.

எப்படித்தானோ; ஒருதலைக் காதலும்

ஆணிவேராய் ஆழ்மனம் வரை

அலசி எடுத்து விடுகிறது . முழுவதும் ஆட்டிப்படைத்து
விடுகிறது

- சாலா

அவளுடைய அவன்

அவள் என்னவள்..!! மன்னிக்கவும் இன்னும் என்னை ஏற்கவே இல்லயே அவளுடைய அவனாய்..!!

ஆம்..!!அவள் பார்க்காத நேரம் அவளை பார்த்து

ரசிக்கும் ஒருதலை காதலன் நான்..!! கனவில் எனை கொஞ்சும் அவளே..!! கண்முன்னே எனை கெஞ்சவைக்கும்

ஆணவகாரி..!! பின்தொடர்கிறேன் தினமும் அவளை..!!

முறைக்கத்தான் செய்வாள் இருந்தும் பார்க்க தவறியதில்லை..!!

ஏன்எனில் கோவத்தில் சிவக்கும் முகமே

இவ்வளவு அழகு என்றால் ஒருமுறை சிரித்தாள் அடடா..!!

ஒருவேளை தேவதையின் முகம் கண்முன் தோன்ற கூடவாய்ப்பு அதிகம்..!!

அவள் கண் தேடும் வழியெங்கும் பூ தெளிப்பேன் அவளுடைய அவன் நானாக..!! காத்திருப்பேன்..!!

- சிவசக்தி நடராஜ்

காதல் மடல்

என் கனவு நீ

பழிக்கும் என்ற வீண் நம்பிக்கையில்

எரியும் நட்சத்திரங்களை

மையாக கொட்டினேன்

காதல் மடலை

கப்பலாக கடலில் விட்டேன்

உன்னைச் சேரும் என்று எண்ணி

கரை சேரும் முன்

அதை நீயே மூழ்கடித்துவிட்டாய்.

- சிஹ்லா

ஒருதலை காதல்

முதன்முறை உன்னைக் கண்டு மலைத்தேன்

திகட்டாத ஆனந்தத் தேனீல் திளைத்தேன்

ஒரு சில மணித்துளி பிறகே நிலைத்தேன்

"வந்துவிடுவாயா ?" எனக்குள்ளேயே உன்னை அழைத்தேன்

எத்தனை முறை உடைத்தாலும் என்னை

"உடையமாட்டேன் !" என்று கூறும் மனத்தினைக்

கொண்டு உன்னைத் தணியாத நேசமுடன்

அழைத்துச் சென்றேன் என் கனவிலே

இன்று சொல்லிவிடலாம் என்று எழுந்தேன்

உனைப்பார்த்து மலை போலச் சரிந்தேன்

உன் கண்களில் நான் விழுந்தேன்

விழித்தவுடன் நினைத்தேன் "நாளை கூறுவேன் "

- சுந்தர்

என் மனமறியா மங்கை

நிஜம் அறியா உன்னிடம் நினைவு வைத்தது தவறு

மனமறியாத உன்னிடம் என் மனம் கொடுத்தது தவறு

குணம் அறியாத உன்னிடம்

மனம் கேட்டது என் தவறு

மூளை சொல் கேளாது - உன்

முன் வந்தது என் தவறு மனம் போன பாதையை

என் உடல் ஏற்றது தவறு!

காரணம் இல்லாமல் உன்னிடம்

என் காதல் வைத்தது என் தவறு!

தவறுகள் உணரவில்லை தயக்கம் மறையவில்லை

உன் நினைவுடன் வாழ்கிறேன்!

-தமிழின் தோழன்

சொல்லப்படாதது!

ஆதி முதல் அந்தம் வரையிலும்... ஆதவன் தொடங்கி ஆதிரை வரையிலும்...

ஆழி மோதும் கரைதனிலும்... மண்ணை வருடும் மழைதனிலும்...

அனைத்திலும் ஒளிந்திருக்கிறது ரகசியமான ஒன்று!

ஆம்! அது சொல்லப்படாத காதல்.! மொழிவன்மையால் மொழியாவிட்டாலும்

உள்ளம் அது உணர்த்தும் இச்சொல்லாத காதலை!

சொல்லிய பின் வரும் ஆனந்தத்தை விட,

சொல்லாவிட்டால் ஏற்படும் வலியிலும்

யான் காண்கிறேன் சுகம் எனும் சுகந்தத்தை.!

சொல்லிப் புரியாது என் காதல்.! சொன்னாலும் புரியா நனி காதல்! ஏனெனில், அது என்றும் சொல்லாக் காதல்!

- தமிழினியா

ரா. திவ்யதர்ஷினி

கலாபக் காதலன்

பேருந்தில் ஜன்னலோர இருக்கையில் அவள்

உலகை ரசித்து காத்திருக்க,

கொஞ்சல் குரல்கேட்டு தகத்தேறி

வஞ்சிமனம் கொள்ளைக்கொண்டது...

தமக்கைமகளைத் தாலாட்டி முத்தமிட்ட மாமன்

அணல் மங்கையை ஈர்க்க,

சற்றே வையம் பேருந்தினுள் மாறி

சகலமும் அவள் வசமானது...

முதல் முறையல்ல பேதைஅவள்

மெய் மறந்து திகைத்தது - அவனை

ஒவ்வொரு முறை காண்கையிலும் அவள்

விழி அவனிடம் கரைகிறது...

கல்லூரிச் சாலையில் காத்திருந்து

அவனைக் கண்ட காலம்பல

நெஞ்சில்லோட, கன்னி மனம் கொண்ட இன்பம்

கங்கற்று ககோளம் எட்டியது...

தொலைவில் வைத்தே

அழகுப்பார்க்கிறாள் –

அவனுள் தொலைந்து விடுவாளோ எனஅஞ்சி,

அறியாமல் அவன்விழி தீண்டும் ஒர்நொடியும்

ஆழியாய் மாற்றிஅவளை ஆர்ப்பரிக்கிறது...

தெரியாமல் எடுத்த புகைப்படங்களைப்

 போட்டோஷாப் செய்து அழகுப் பார்க்கையிலே!

அடிக்கின்ற புயலும் அணைகின்ற மழையும்

அகலாமல் அவளிடம் அவைக்கொள்கிறது...

மறைத்து மறைந்துப் பாரென பாரும்

பாடம் கற்றுக் கொடுக்க,

பெண்ணென்றதால் பறைசாற்ற மறுத்து

மனப் பேழையினுள், காதல் பூட்டிக்கொண்டது...

தனிமையின் பல இரவுகளில்

அவன் தலையணையாய் மாறி –

கட்டிஅணைத்து முத்தமிட

அவள் கனவுகள் ஏங்கி தவிக்கிறது...

'இரு கையின்றி ஓசை ஏது?'

இது உலகின்கூற்று –

ஆயினும் அவளின் அழகிய காதல் ராகம்

ஒரு தலை ஆனது !!!

- தஸ்பி

ஒரு தலை காதல்

கருவாய் உருவம் பெறும் முன்னே யாவருக்கும் ஒற்றை
காதலியே.. ஒற்றை புள்ளியாய் தாயை ஆளும் சிறு உயிர்..

குறுகிய கோட்டில் தொடங்கும் காதல்..

முழுமை பெற்று விளங்குகிறதே முழு உருவமாய்..

உயிர் கொண்டது ஆணோ..பெண்ணோ.. அறியும் முன்னே
காதல் கொள்வாள்..

நெலிவுகளிலும் அசைவுகளிலும் கூடுமே காதல்
கவியின்பமாய்..

உண்ணும்போதும் உறையும்போதும் ஒவ்வொரு நொடியும்
காதலின் பெருக்கமே..

கருப்போ சிவப்போ இக்காதல் பெண்மைக்குறியதே..

பிரசவ வலிகளை ஏற்று தன் பிள்ளை வழிபெற விளையும்

தாய்மை அன்பும் ஒரு தலை காதலே ...

- தாரகா கார்த்திக்

என்னவன் எப்போது இணைவனோ?

முதல் முறை பார்த்ததும் பிடித்த முகம்!

சிறுக சிறுக பழகி!

நட்பாக இணைந்தவன்!

இதயத்தை திருடி விட்டான்!

தினம் தினம் பேசி உறவாடி நெகிழாத உறவே!

விடலையின் விளையாட்டோ?

அவனின் அன்போ?

ஏதோ ஒன்று கிறுக்கியை அவன்மீது கிறுக்காகிவிட்டதே!

என் பாடு அவனுக்கு புரியவில்லேயே!

என்னவனின் எழில் என்னை தீண்டும் வரை எளியவள்
உனக்காக காத்திருப்பாள்!

— தாரகை

ஒரு தலை ராகம்

என்னை அறியாமலே உன்னை ரசித்தேன்,

என்னுள் நீ வருவாய் என! கவிதை எழுத துவங்கினேன்,

அதில் நீ மெய் சிலிர்த்து, என் காவியத்தை உன்னுள் தொடர!

வார்த்தை தேடி அலைந்தேன், உன் மீது கொண்ட காதலை
வருணிக்க வார்த்தை போதாததினால்!

உன் முகவரி தெரியாத போதும்,

உன் முழுவுரையை காண விழைகின்றேன்,

என் முடிவுரை உன்னுள் முடிய! என் முதலும் முடிவும் நீ
என்பதை உன்னிடம் நிரூபிக்க முடியாமல் தோற்றேன்.!!

உனக்காகவே வாழ்வேன். என்னை நீ புரிந்து கொள்ளும் நாள்
என்றாவது வரும் என்று!

-போ. திலகவதி இராமநாதபுரம் மாவட்டம்

கவிஞன் ஆக்கினாள் என்னையும்

என் கதை நீ கவிதை தொடர்ந்துக் கொண்டே இருக்கும்
விடுகதை, நிமிட முள் நகராமல் நின்றபின் ஒருகதை,

நீ திரும்பாமல் தீட்டினாய் மண்டைக்குள் வலியை,

காணாத பூவழகி கவி எழுதக்காட்டினாய் ஒளியை...

காதல் ஊட்டிய இவளை, மனையில் என் கழுத்தில்
மாலையாய்...

நினைத்தேன், வாழ்ந்தேன் கனவில் இவள் கன்னத்தின்
கணவாளனாய்... எழுதிய சொற்ககளை உன்னிடம் அல்லாது

என்னிடம் சொர்கத்தையே சொல்லும் காதல் காவியம்,
கனவின் ஓவியம், உன் இதழ் கூறும் என் பெயரென

பரிட்சையம் இல்லாமல் காதல் கொண்டேன்

ஒருதலையாய்... இதுவே என் உயிரின் கூற்று...

- திலீப்

பிழைதிருத்தா மனம்.

மாய நதிக்குள் புரளும் மனம்

ஏற்க மறுக்கிறது மன்னவனவன் கைகளில் மீட்டும் வீணையாய்

வீற்றிருக்க இவளிருக்க முடியாதென்று

உதிரும் இலைகளெல்லாம் உரிமையை விட்டொழிந்து

போவதில்லை மரத்தின் நிழலில் சருகாகி

மண்ணோடு உரமாகி மீண்டும் மரத்தைக் காக்கும் வளமாகிறது

இவள் மனமும் இப்படிதானோ என்னவோ

காதலின் முடிவில் பிழையும் இவளே! பிழைதிருத்தமும் இவளே!

என்றும் கவிதைகளின் துணையுடன்,

மோ.திவ்யாராஜ்குமார்

(கவிதை பிரியை)

காணாத பொழுது...

என் அன்பின் விளக்கம் புதிரல்ல பாராயோ கண்மணியே....

எண்ணற்ற ஏமாற்றம் எங்கிருந்தும் தாலாட்டும். காத்திருக்கும்

கனவே கவியே 'கதையே' நிஜமே' நீ பேசு

நினைவாய் நீ இருக்கும். வரை அது நினைவே உணர்வின்

புரிதல் தெளிவாய் இருப்பின் காதலென கண்டு சொன்னால்

சுகமா ? சொல்லாமல் இருக்கும் குணமா ?

முடிவல்ல இருப்பது தவமே...

உன் அன்பின் சுதந்திரம் என்னால் கொடுக்கப்படாது

கெடுக்கவும் படாது மாறாக பாதுகாக்கப்படும். காத்திருந்து

எழுதி முடித்த கவிதையே நீர் காணாயோ ....

- துரை காசி ராஜன்

ஒரு தலையும் புனிதம்

உன்னை பார்க்கும் பொழுதெல்லாம் என் மனதிற்குள் யுத்தம்!

இது தான் நான் காதலில் விழுந்ததற்கு அர்த்தம்!

உன் பார்வை என் மீது விழும் பொழுதெல்லாம் கண்கள்

பாசாங்கு செய்கின்றன!

ஆனால் என் இதயமோ உன்னையே நாடுகின்றன!

அந்த நைல் நதி போல தொடருமா என் காதல் இல்லை!

முற்றும் என முடிந்திடுமோ என் ஒரு தலை!

- தேன்மொழி.ரா

ஓர் தலை காதல்

என்கவிகள் யாவும் என்னவனின், புன்னகை முன்னே

தோற்கும்... என்விழிகள் யாவும் என்னவனை

எதிரில் பார்க்க கேட்கும்...! என் போராட்டமான

வாழ்க்கையில், தேரோட்டமாய் வந்தவன் அவன்...

ஊர்போற்றும் மன்னவன் -என்னை

ஏற்க மறுக்கிறான் "இவள்"... கனவில் அவன் வராமல்
உறக்கமில்லை..

என்னவன் நினைவில்லா எழுதுகோலும் இயங்கவில்லை....

என் எழுதுகோல் சிந்திய கண்ணீரின் நீல நிறம்,

அவன் உடுத்திய உடையின் அழகை நினைவுகூறும்...

உருகி ஊற்றிய கவிதைகள் யாவும், உன் பெருமை சொல்லி

மாலும்... உருமாறிய "என்னுயிர்"- கவிதைகளாய்

உன்னை நினைத்து வாழும்...!

-நந்தினி அருண்

காதலோடு நான்

மனதின் ஓரங்களில் படிந்துவிட்ட கரைகள்....!!!

முத்துக்களாய் பதிக்கப்பட்டு உணர்வுகளால் திணிக்கபடுகிறதே.!!!! வாய்விட்டு அழமுடியாமல் ஒவ்வொரு கணமும் கணத்த இதயத்துடனே மெல்ல நகர்கிறதே...!!!

சொல்லி அழ உறவொன்று வேண்டுமெனில்! அவளோடு தானே எந்தன் இதயமும்...!!!

மனதின் ஆசைகளை கொட்டித் தீர்த்திட... அவளோடு ஒரு கணம் வேண்டுமே....!!!!

எனை ஏற்றிடா சூழ்நிலை கைதியாய்...!! வளம் வந்திடும் வனதேவதை அவள்...!!!

அவளில்லா வாழ்வில் நகர்ந்திடா நொடிகளாய்....!!!!

யுகங்களாய் கழிந்திடும் பொழுதுகள் சில....!!!!

தவித்திடும் இதயத்தின் ஆறுதலாய் தூவல்....!!!!

வாய்விட்டு அழுதிடா தூவலெடுத்து எழுதுகிறேன்...!!!!

- நிதர்சண கவிஞன் ரஹ்மான்

ஒருதலை காதல் வலி

இரு இதயத்தின் சுகத்தை தாங்கும் என் அன்பு இதயமே

ஏங்காதே!! ஒரு இதயம் தரும் வலியை

உன்னால் ஏனோ தாங்க இயலாயோ..

வெளியே சொல்லா மொழியின் மௌனமாய்..

உள்ளே வைக்கா உயிரின் பாரமாய்..

என் இதயம் ஏனோ இன்று

மீளா மன வலியை சுமகிறது..

காத்திருந்து பூத்துப்போன கண்கள் ஏனோ

இருதலை காதலாம் சொர்க்கத்தை தேடுகிறது..

என் இதயம் பிழியும் ஒருதலை வலிக்கு

மருந்து என் காதலிடமே உண்டு..

-நிலவு காதலி

அவன் என்னுடையவன்!

என் நித்திரைக் கூடத்தின் ஒளி மறையாத வெண்ணிலவு
அவன்!

எங்கும் என்றென்றும் என் நெஞ்சில்

தஞ்சமிட்டு வாழ்கின்ற வண்ணத்துடிப்பு அவன்!

சுவாசத்தில் கலந்துவிட்டான், சிக்கித் தவிக்கின்றேன்!

உள்ளிருந்து போகும் மூச்சோடு

அவன் போய்விடுவானோ என்று!

நினைக்கும் போதெல்லாம் கண்ணீர் மட்டுமே வழிகிறது,

ஏனிந்த இடைவெளி நமக்குள்ளே என்று!

அழுதழுது கேட்கும் கேள்விகளுக்கு பதிலளித்து

என் கடைசிச் சொட்டுக் கண்ணீர்...

அவன் என்னுடயவன் என்று!

- சு. பாத்திமா ஹம்தா

என்றாவது ஒருநாள்.....

அதிகாலை பனியில் நனையும் அழகான அன்பின் அன்பே!

அறியாமல் ஒருநாள் பார்த்தேன் அடியேனின் இதயம் எங்கே?!!

உணர்வில்லாத உடலைப் போல் எங்கெங்கோ நடக்கின்றேன்!

சிறகொடிந்த பறவைப் போல் வேதனையில் துடிக்கின்றேன்!!

தினந்தோறும் கரையில் மோதும் கடலலை தான் பெண்

நினைவோ? மறந்தாலும் மௌனம் என்னை

அணுஅணுவாய் கொல்கிறதே!!

என்றாவது ஒருநாள் என்னோடு சேர்ந்திடுவாய் என
நம்புகிறேன்!

அனுதினமும் இதைத் தானே உள் மனதிற்குள் புலம்புகிறேன்!!

கவிஞர். பாரதிமுருகன்

கிருஷ்ணகிரி.

உண்மை கூறடி

விடை இல்லாத கேள்வி நீ

உன் விடை என்னை பாரடி!

பாறையில் சிலை நானடி- எனக்கு

கோவில் என்றும் நீயடி!

சுவாசத்தின் மூச்சு நீயோ - உன்

உயிரின் அந்தம் நானோ! தெரிந்த என்னை கூறவா- அன்று

தெரியாத உன்னை கேட்கவா!

அழகின் தேசம் உன்னிடம்- பேச

மொழிகள் இல்லை என்னிடம்! என்னுள் உன்னைத் தேட வா

உன்னோடு இன்றே சேரவா! உள்ளம் மறைக்கும்
உண்மையை- உன்

இதழ்கள் கூறுமோ பெண்மையே!

- பிரியதர்ஷினி.செ

காதல் கானம்

அவளிடம் சொல்ல

ஆசைப்படுகிறது ஒரு காதல்

கனவுகள் மெய்ப்பட

ஊடுருவுகிறது என் தேடல்

ஞாபகங்கள் அழிந்தாலும்

நினைவுகள் அழிவதில்லை

தினமும் தேடுகின்றேன்

உன்னைக் காணவில்லை

தேடிய பொழுதிலும்

தெரியாத உன்முகம்

தென்றல் வீசுமே

உன் கண்களின் முன்புறம்

-மணி

காதல் அறியா காதலி

என் கண்களுக்கு   அன்று விளங்கவில்லை!!!

விலங்கில்லாமல் இதயம் கைதாகும் என !

செவிகள் தேடுகிறது உன் குரலை !

நினைவுகள் கேட்டது? எங்கே அவன்?

எங்கே உன் காதல்? ஓரப் பார்வையில் என்னை
சிறைவைக்கிறாய்!

விழிகள் தேடியது உன்னை தானா ??

ஒருமுறை பேசு மௌனக்கத்தியால் கொல்லாதே!

கடைசிப் பார்வையில்; கடைசி நிமிடத்தில் !

கடைசி சுவாசத்தில்; கைத்தொட ஏந்துகிறேன் இரு கரங்களை!

தோழியாக அல்ல, துணைவியாக பற்ற காதல் அறியா
காதலியாக நான்...!!!

- மோ.மனோகரி

ஒருதலைக் காதல்

என் கனவை களைத்த கதிரவனே என் விடியலை துளைத்த
சந்திரனே என் உள்ளத்தை களவிய கள்வனே

உன் நினைவிலே என்றும் நான் உன் நிழலிலே என்றும் நான்

உன் புன்னகையில் நான் மலர வேண்டும் உன்னிலே தினம்
உருக வேண்டும் உன் வாழ்விலே என் பக்கம் வேண்டும்

உன்னிரு கரங்களை நான் அடைய வேண்டும்

உன் மூச்சிலே நான் சேர வேண்டும்

முழுதுமாய் உனக்கென நான் வாழ வேண்டும்

உன்னை நெருங்கும் போது ஏதோ மயக்கம்

ஏனோ என்னுள் ஏதோ தயக்கம்

எண்ணிலடங்கா நீ என்னுள் ஏனோ என்னை
ஆட்பறித்ததேனோ என்னை கொள்ளைக் கொண்டதேனோ

உன் நினைவில் முழுதுமாய் நான் நாம் சேரும் நாளோ......

- ர.முத்துசாலினி

ஒரு தலை காதல்

அவள் நிரந்தரமில்லை என்று மூளை

முன்னூறு தடவை தடவித்தடவி சொல்வதெதற்கு???..

முன்னூறு தடவை முக்காலும்

நாக்காலும் புலம்பியது எதற்கு???...

மதிப்புமிக்க மனசு மானங்கெட்ட செயல் என

அறிந்தும் அழையுதே அதுவும் எதற்கு???.

மண்ணறை தான் மனிதனின் வீடு

இல்லறம் வெறும் இன்பம் என அறிந்தும்

மதிப்புமிக்க மனசு மருகித்தவிக்குதே எதற்கு???..

மணமாலை சூடவா???மணக்கோலம் பூடவா??

மக்களை பிறப்பிக்கவா??.

இல்லறம் என்னும் நல்லறத்தை

இனிப்பாய் கசப்பாய் கடக்காவா???...

எதற்கு???..

மனிதனை மனிதனாக்கும்

மூளை சொல் கேட்பதா அல்ல

மனிதனை புனிதமாக்கும் மனதின் குரலை பின்பற்றுவதா.?

இத்தனை குழப்பங்கள் இதுவும் எதற்கு? ??

காரணம் யார்???வயதா அல்ல வாழ்வா.

ஒருவேளை நம்பிக்கை என்று நாயன்மார்கள் கூறுவார்களே அதுவா இது!

இவை அனைத்தும் எதற்கு ???

மூளை சொல்வதை நிகழ்த்தவா அல்லது

மனம் சொல்வதை நடத்தவா.

- முஹம்மது வாஜித்

நேசிப்பதை சொல்லிவிடு மனமே

கண்ட நாழிகையில் காதலும் மின்னாலாக எங்களுக்குள் பாய்ந்தது!

காதல் ஏக்கங்கள் உள்ளத்தை வதைக்க எண்ணத்தில் நிறைந்த காதல் கடிதமாய் துடித்தது!

சொல்லி விட எண்ணிய தருணமெல்லாம் மதமும் இனமும் தடைகளாய் இருந்தது!

என்றாவது ஓர் நாள் நான் உன்னவன் என்றுரைத்து கைகள் பற்றுவானென கனா கண்டேன்!

நேசம் கொண்ட இரு உயிரும் ஒரே விபத்தில் தங்கள் காதலை பறைசாற்றாது மாய்ந்தன!

நேசிப்பதை சொல்லியிருந்தால் காலன் இவர்களுக்காக வழி வகுத்திருக்குமோ!

சொல்லில் அடங்கா காதலை சொல்லாமலே இருவரும்!

-யாதுமானவள்.

காதலன் அறியா காதலி!!!

என் காதலின் முகவரி நீ!!! என் கவிதையின் முதல் வரி நீ!!!

நான் யார் என்று உன் மனம் அறியாது!!!

உன்னைத் தவிர வேறு ஏதும்

என் மனதிற்கு தெரியாது!!!

உன் கடைக்கண் பார்வையால் அந்த

டைட்டானிக் கப்பலும்

என்னைப்போல மூழ்கி இருக்கக்கூடுமோ!!!

புன்னகையாலே புதைக்கிறாய்!!!

போதும் என்ற அளவுக்கு என்னை நினைக்க வைக்கிறாய்!!!

இரவிடம் இரவல் கேட்கிறேன் இன்னும் நீள்வாயா!!!

என்னை அவனிடமிருந்து மீட்பாயா!!!

சொல்லாத போதும் ஒரு சுகம் தானடா!!!

உந்தன் பாத சுவடுகளில்

நடப்பதும் ஒரு வரம் தானடா!!!

-யாமினி

அவளே ஓர் அழகிய கவிதை

கவி மழை அந்தி மாலை பொழுதில்

அடை மழை அடங்காமல் அடம் பிடித்தது

கவி மழை மேகத்தை பார்த்தேன்

ஓடை நீரை ரசித்தேன்

செடிகளை தொட்டு குலுக்கினேன்

காக்கா குருவிகள் விளையாடுவதில் வியந்தேன்

தேங்கிக் கிடக்கும் நீரில் காகிதக் கப்பல்

மிதக்குவதில் மிதந்தேன்

கற்பனை வந்தாலும் கவியாய் தீட்டக் கை வண்ணம் மறுத்தது

கண்ணை மூடி கண்ணை திறந்தேன்

வெள்ளைத் தாளில் என்னவளின் பெயரை கவியால்

வானவில் வர்ணம் அடித்தேன்

அசந்து நீந்தும் அலையாய் வாசித்தும் பார்த்தேன்

பக்கம் பக்கமாய் வரிகளை நிரப்புவது

கவிதையள்ள மனதால் நேசித்தவளின் பெயரை உச்சரித்து
சுகம் காண்பதே சிறந்த கவிதையென்று உணர்ந்தேன்

"கவியை கற்பனையில் தேடித் திரியாதே

கண் முன் நிற்கும் காதலியே அழகானக் கவியென்றும்
மறவாதே

முப்பொழுதும் இடைவிடாக் கற்பனையிலும் முத்தம்
கொடுக்கவும் மறவாதே...

நீளட்டும் கற்பனைகள் நீண்டு கொண்டே காதல் பயணம்
மலரட்டும் ....

- யுவன் K. பாபு

ஊர்வசி அவள்

பொழியும் மழைகளில் நாயகி வருகிறாள் ...

நனையும் ஆடையில் உலவி வருகிறாள் ...

சொட்டும் துளிகளாய் கூந்தல் கோதினாள் ...

சிலுக்கும் குளிரினில் உடலை அசைக்கிறாள் ...

உலுக்கும் பார்வையில் உயிரை பிசைகிறாள் ...

தட்டித் தூக்கும் மின்னலில் தேவதையாய் மிளிர்கிறாள் ...

உலாப் போகும் வீதியில் ஊர்வசியாய் வருகிறாள் ...

ஊசியாய் இதயத்தில் நுழைந்து உடல் முழுதும்

உலாவருகிறாள் ...

- யுவன் K.பாபு

ஐஸ்கீரிம் தேவதை

தூவும் மழையிலே ...

தும்சம் செய்யும் இடி மின்னலிலே ...

துவண்ட மறுக்கும்

பனிக்காற்றிலே ...

பிடிவாதம் பிடிக்கும் பேரழகியே ...

"ஐஸ்கீரிம்" விரும்பும் ராட்சஷியே...

ஓயாத மழையிலும் ஒய்யாரமாய்

"ஐஸ்கீரிம் " உண்ணும் தேவைதயின் குறும்பிற்கு ...

"நான் மட்டும் ரசிகன் அல்ல"...💕

"பொழியும் மழைகளும் தான் ...

- யுவன் K.பாபு

நிலவும் சூரியனும்

புவியில் உள்ளோர் உன்னை நேசித்தல்

என்பது யாவரும் அறிந்த உண்மை

இந்தச் சூரியனும் உன்னை நேசித்தல்

என்பது நான் மட்டுமே அறியும், உண்மை

என்மேல் உனக்கென்ன கோபம்?? நான் தோன்றும்
வேளையில் நீ மறைகிறாய்

நான் மறையும் வேளையில் நீ தோன்றுகிறாய்

என்பாவம் செய்தேனோ நான்?? என்னால் மட்டும் ஏனோ
உன்னை பார்க்கவும் இயலவில்லை எந்தன் மனதில் உள்ள
காதலை உன்னிடம் சொல்லவும் இயலவில்லை மீண்டும் ஓர்
பிறப்பெடுத்து விண்மீனாய் அவதரித்தல் வேண்டும்

உன்னுடனே தோன்றி உன்னுடனே

மறைவேன் எந்தன் மனதில் உந்தன் நினைவுகளோடு!!!

இப்படிக்கு, இரா.ரதிப்பிரியா.

நீ என்னோடு இருப்பாயா

தூரத்தில் நீ இருந்தும் உணர்வுகளால் அருகில் நீ

மகிழ்ச்சிக் கடலில் மூழ்கடித்துக் கொண்டுதான்

கடல் அலைகள் போல் நித்தமும் உன் நினைவலைகள்

என்னை நனைத்துக் கொண்டேதான் அருகில் அமர்ந்து
கதைகள் பலப்பேசி ஆசுவாசப்படுத்துகிறது உன் நினைவுகள்..

சிலமுறை தான் பார்த்துக் கொண்டாலும்

உன்னை மீண்டும் காணும் பொழுது எனக்கு திருவிழா கோலம்
தான்... நான் காணும் காட்சிகள் யாவும் உன்

பிம்பமே.. கண்ணாடி கூட என் மேல் கோபம் கொள்கிறது என்
அருகில் நீ இல்லை என்று...

அன்பே... நீ என்னோடு இருப்பாயா! நான் வாழும் காலம்
முழுதும் உன் அரவணைப்பிலும்!அன்பிலும்!

தென்றலோடு சேர்த்து உன்னுடன் கைகோர்த்து நடைப்பழகும்

குழந்தையாய்...

-ர. ரமேஷ் திருப்பூர்

அவளை பார்த்த கனம்

வண்ணத்துப் பூச்சி வர்ணம் பூச,

கற்றோடு இசை என்னிடம் பேச, மழை தீண்டும் இலை போல,

என்னை தீண்டியது அவள் காற்று.

பெண்ணின் உருவம் அசைந்து பார்க்க,

ஆழி கடலில் படகு இல்லாமல் ஓடம் ஆனேன்.

அவள் ஆடை என்னை உரசி போக,

அலை பட்ட காலடியானேன். காரணம் இன்றி உன்னை
பார்க்க, இதுதான் காதலா? என்னிடத்தில் நான் கேட்டேன்.

கடவுள் உன்னை அழகாய் படைத்தான்,

என்னை உன்னை அளவிட படைத்தான்.

அளவிவிடுகிறேன், கமம் இல்லா என் ஒருதலைக் காதலால்.

- ராஜேஷ்குமார்.ச

காதல் மடல்

உன் அழகில் அசைந்து நிற்கும் இந்த காளையின் கோழை
மனது தான் என் காதலை நேரடியாக தெரியப்படுத்த
முடியாமல்...

விண்ணில் பறந்து செல்லும் வென் புறாவை தூது சொல்ல
நினைத்தேன்....

அது பறந்து வந்த களைப்பினால் எங்காவது தங்கிவிடுமோ
என்று அஞ்சி ....

உன் நடைக்கு பெயர் சொல்லும் பறவை அன்னம் ஒன்று தான்

ஆகையால் அதனிடம் தூது சொல்ல நினைத்தேன்....

அன்னம் நடையில் தான் அழகாக இருக்குமே தவிர
என்னுடைய அவசரம் அதற்கு தெரியாது...

ஆகையால் வேகமாகச் சென்று வரும் காற்றினை தூது சொல்ல
நினைத்தேன் அது வேகமாகச் சென்று வருவதால் வேறு

வழியாக மாறி விடுமோ என்று முன்பு பயந்து பின்பு தெளிந்து
கொண்டேன்...

என் காதலை நேரடியாக தெரியப்படுத்த

என் இதயத்தை தவிர வேறு எதற்கும் தகுதி இல்லை என்று
முடிவு செய்தேன்....

என் எண்ணத்தை எழுத்தாக்கி ...

என் மனதை மடலாக்கி...

என் இதயத்தை மடலின் கவராக்கி உனக்கு தூது
அனுப்புகிறேன்....

உன் இனிய பதிலுக்காக வழி மீது விழி வைத்து காத்திருக்கும்

உன் அன்பை என்றும் மறவாத காதலன்.....

-ரேவதி பால்மாணிக்கம்

ஒரு தலை காதல்

வாசனை அறியா பூக்களின் மனங்களும் ! வேதனை அறிய
நெஞ்சத்தின் பாரமும்!

வீசும் தென்றல் காற்றின் சுமையும்! கண்ட இடமெல்லாம்
வெட்ட வெளிச்சமாய்!

நில்லாத கால்களும் வட்டமடிக்க தொடங்கியே ! முடாத
வாய்களும் மௌனத்தில் உறையவே !

புதிதாக தடுக்குதே எதனால்! எதனால்! உணராத புதுவித
உணர்வு இது அல்லவா?

கார்கூழல் சிக்குகளில் சிக்கியவன் இவன் துருதுரு
பார்வைகளில் மயக்கியவன் இவன்

உண்மை என்னமோ என்னை படைக் கையில் தூங்கிபோன
பிரம்மன் உன்னை படைக்கையில்

விளக்கு வைத்து வேளை செய்தானோ? கல்வன் அவன் !

மாய வலிகளின் கதை நூறு மங்காத இக்காதலில் வழி நூறு!

- நா.வசந்தி

ஒரு காதல்

மீசை மயிர் முளைக்காத காலத்தில்

துளிர்விட்டது அவனின் காதல்

அது காதல் தானா என்று தெரியவில்லை

காதலின் உருவம் எது?

மொழி எது ?

அதன் ஓசை இனிமையானதா?

அல்ல அதன் புன்னகை தான் மழலைதனமானதா?

சிந்தித்தான்!!!

மீசை மயிரும் துளிர தொடங்கியது

கூடவும் அவன் தாடையில் சிறு சிறு மயிர் தாடியாய்!

வளர்ந்து விட்டான் போலும்!

அவனது காதலும் வளர்ந்தது,

சொல்லாமலே

சொல்லிவிடலாம் என்று எண்ணி

ஒரு நாள் சென்றான்

வார்த்தைகள் எழவில்லை

வழக்கத்தைவிட மூச்சு வாங்கியது

வியர்வையால் சட்டை முழுவதும் நனைந்தன;அவனும்

திக்கி திக்கி சொல்லி முடித்து விட்டான்

புயல் கடந்தது போல்

ஓர் பேரமைதி

பதில் கேட்கவில்லை

அவளும் சொல்லவில்லை

அவளிடம் சொன்ன திருப்தியில்

திரும்பி நடந்தான்

அவளை

திரும்பி பார்க்கவில்லை

திரும்பவும் பார்க்கவில்லை...

- செ.விஜயகுமார்

"கண்விழித்தும் கண்ணெதிரே தோன்றிய கனவு"

அனுமதியின்றி சாரல் மழையை ரசிப்பது போல,

அழகே உன்னை சாலையோரம் நான் ரசித்தேன் !

அழகிலும் சரி அந்தஸ்திலும் சரி எனக்கு தகுதியில்லை, ஆனால்
உன் ஆசை எதுவாயினும் சரி அதை நிறைவேற்றும்
தன்னம்பிக்கை எனக்குள் உண்டு !

உன்னோடு பயணிக்கும் நிழலை போல, உந்தன்

பின்னே பயணிக்கும் எந்தன் ஒவ்வொரு நிமிடங்களும் !

எந்தன் ஏக்கங்கள் கண்ணெதிரே நடப்பதும்,

எளிதில் மறையும் கானல் நீராய் போவதும் உந்தன் ஒற்றை
வார்த்தையில் உள்ளதடி !

உன்னோடு வாழ வாய்ப்பு ஒன்று கிடைத்தால்,

விண்ணோடு பறக்கும் பறவையாக நாமிருப்போம் !

இவன் ஜான் போஸ்கோ

இரவு நேர பூபாலம்!

விலகி நிற்றலும் விட்டுப் பிரிதலும்

அன்பின் உச்சம்!

உச்சம் தொட்டவள் மிச்சம் தேடி

பார்த்தேன் மனதுள்!

காணும் யாவும் நீயாக

காதல் நோயில் தீயாக

வெந்து உருகினேன் மெழுகாக!

கண்டதும் கேட்டதும் மகிழ்ந்ததும் உன் அருகில்!

நலிந்ததும் தேய்ந்ததும் தோய்ந்ததும் உன் பிரிவில்!!

சிரித்து கரைந்தன நொடிகள் அன்று!

கண்ணீர் அருவியில் குளியல் இன்று!!

நினைத்து பூரித்த இதயத்தில்

மறக்க முயன்ற சுவடுகள்...என்றும் ஆறாத இரணங்களாய்!

உன் நினைவுகளும் கனவுகளும்

என் தனிமைக்கு துணையாக!

எட்டாத உயரத்தில் நீ இருந்தும்

சிகரம் தொடும் துணிவில்

சிறகடிக்கும் மின்மினியாய்...

உன்னில்கரைந்து உன்னில் மறைந்திட

பிறவி பயன் அடைவேன்

ஏற்றுக்கொள் என்னவனே!!

- ஜெயந்தி.G.D

ஒருபாதி கீதம்

ஒரு கனவு நிலவாக

ஓர் உயிர் அழைந்தோட

பகல் எல்லாம் பின்தொடர்

இரவெல்லாம் ஒளி ஊட்டி

உறங்காமலே உன்னை ரசிப்பேனே

நாள் ஒன்றில் விழியில்லை

நான் காணும்விழி நீதானே

நகரும் பொழுதில் வழியில்லை

வழிகள் முழுதும் நீதானே

கண்ட நாள் காணவில்லை

கண்ட கலை மாயத்திலே

சேரும் நாள் வரும்போதே சரீரம் மண்ணில் அடங்குமோ ...

- பாஃரீதர்.ரா

இனியும் தொடராதே

காதலே!

இனியும் காதல் செய்யாதே

தனக்கான துணையுடன் அவன்

கரம் கோர்த்துவிட்டான்

தாமதத்தால் காலம் கடந்துவிட்டது

காதலையும் கடத்திவிடு..

கற்பனையே!

இத்துடன் நிறுத்திக்கொள் உன் ஆசையை

இதுவரை வளர்த்தது போதும்

இனி வரவிருப்பது அவஸ்தையே..

கண்ணீரே!

பாவமாக இருக்கிறது

உன்னை நினைக்க

எத்தனை வடித்தாலும்

வரப்போவதில்லை அவன்

வடிக்காமலும் இருக்கப்போவதில்லை நீ..

இதயமே!

இதுவரை தேக்கியது போதும்

இனியும் தேங்க விடாதே..

படபடக்கும் பக்கங்கள் தீர

ஓடட்டும் அது ஓடையாய்

கசியட்டும் அது கவிதையாய்

தடை வேண்டாம்..

ஆராயிரம் நினைவு வடுக்களும்

ஆறாது அலைமோதிக்கொண்டிருக்கும்

இதயத்தின் இடிபாடுகளில்

பேரிரைச்சலுடன் மௌனம் மொழிகிறது

'காதல் எனது கவிதை உனது

இனி நமக்குள் இருக்கப்போவதில்லை நமது'.

~ஷினோலா

லட்சிய காதல்

உயிரியின் மீது வருவதுதான் காதலா?

ஏன் பொருளின் மீது வந்தால்!

ஆசையே காதல்... காதலே விருப்பம்...

சிறுவயதில் ராணுவ வீரராக ஆசை,

உடல் பழுதால் பொய்த்தது...

பள்ளியில் கட்டிட பொறியாளராக ஆசை,

மன பயத்தால் கரைந்தது...

கல்லூரியில் கணினி வல்லுநராக ஆசை,

முயற்சி செய்யாததால் மடிந்தது...

தமிழ் மொழியால் கவியெழுத ஆசை,

அன்னம் பகிர்வதால் உழவனாக ஆசை,

மழலை செல்வங்களால் ஆசிரியராக ஆசை,

பழமையின் மோகத்தால் ஆய்வாளராக ஆசை...

தீரா காதல் காண கண்டேனே!

அதை தேடி நானும் சென்றேனே!

மனம் காதலித்து, உடல் மறுத்தது...

ஒருதலைக் காதலாய், சொல்லப்படாத காதலானது...

- Ajith Krishna

ஒரு தலை காதல்

மனிதருக்கு இருப்பதோ ஒரு இதயம் ..

என்னுள் இரு இதயம்

உனதையும் சேர்த்து ..

உன்னை பார்த்தேன்

என்னை தோற்றேன் .. உன்னை காதலித்தேன்

ஆனால் கூறவில்லை ..

உனக்கு திருமணம் ஆகி விட்டது , காதலிக்கிறேன் ..

இப்போதும் ..

எப்போதும் ...

-Aravindh kumar M

ஒரு தலை ராகம்

அந்தி மசங்குமுன்னே சந்திர ஊர்வலமா

கண்மூடும் மலர்களும் சற்றே காத்திருக்கிறது என்னைப்
பாஃலவே

அதாஃ...அவள் வந்துவிட்டாள் இன்றேனும் பார்வையை
பதிலாய் தருவாளா இல்லை ஊமைப்படம்தானா

அவள் மேனித்தாஃட்டக் காற்று என்மேல்பட பூகம்பமாய்
நடுங்கி விழுகிறேனே அதிர்வை அவள் பாதம்கூட
உணரவில்லையா

சாயங்காலப் பறவைகள் கூடு செல்ல ஆனந்தச் சிறகடிக்கிறது

ஒரு பறவை மட்டும் அவள் மனக்கூட்டின் வாசல் தேடி
அலைகிறது

என் வீட்டின்மேல் நிலவாஃளிப்படும் பாஃதெல்லாம்
நீதானாஃ என்று பார்கிறேன் அது உன் நிழல்தானெனத்
தெரிந்து ஒதுங்கியே நிற்கிறேன்

- Aravinthan. S

அவளின் நினைவுகள்

பிரிந்து சென்ற உன்னை மறந்துவிட்டேன் என நினைக்கும் ஒவ்வொரு தருணமதிலும் உறங்காத பல இரவுகள் கதைக்கத் தொடங்கியது உன்னைப் பற்றி ....

நானும் கதைக்கத் தொடங்கினேன் உன்னை மறந்து விட்டேன் என்ற சிந்தை மறந்து உன் நினைவுகளுடன்....

- A.arul kingsly Robert

சொல்ல துணிவில்லா காதல்

என் காதலும் , என் கண்ணீரும் நீ உணர முடியாமல்

இருக்கலாம்.. ஆனால், உன் ஒவ்வோர் அசைவும் ,

என் கண் இமையில்.. என் உறக்கங்கள் யாவும் ,

உன் நினைவின் மடியில் உன் நினைவுகள் யாவும் ,

என் நெஞ்சில் மிதக்கின்றன ....,, நிலவை தாங்கும் நதி போல,

உனக்கே தெரியாமல் உன்னை சுமந்து கொண்டிருக்கிறேன்...

உன்னை தேடும் என் கண்களுக்கும் தெரியாது...

உன் நினைவில் ஊஞ்சலாடும்

என் இதயத்திற்கும் ,தெரியாது..,

இது ஒரு தலை காதல் என்று

- ASHWIN. M (kavikko ash)

ஒற்றை பக்க காதல்

ஒற்றை முள் கடிகாரத்தை போல , இருந்தும் பயனற்று கிடக்கிறது என் காதல்..

ஒற்றை கால் மனிதனை போல,என் ஒருதலை காதலும் ஓர் ஊனமே

என் உயிர் காதலை உன்னிடம் உரைப்பதிலும் ஓர் அச்சம்,

என் ஒருதலை காதல் , தோற்ற காதலாக மாறி விடுமோ என்ற பயம்..

இணையா தண்டவாளம் போல ,இறுதி வரை உன் நினைவுகளோடு பயணித்தாலே போதும்.

ஊருக்கே ஒளியாய் இருக்கும் முழுமதியே தனியாக தவிக்கையில் , நான் மட்டும் விதிவிலக்கா என்ன....

இறுதி வரை காத்திருக்கிறேன் , ஒரு தலை காதலுடன்...

- ASHWIN. M

ஒருவனாகிய நான்

காலையில் கதிரவனின் கதிர்கள் கதவினையடையும் முன்னரே
- உமது கருவிழிகளில் கண்விழித்து விடியலைக்காண
விரும்பும் ஒருவன்

தனிமையெனும் தனிக்கடலில் தல்லாடும் தோணியாகத்

திகழும் பொழுதினில் தோழியொருத்தியின்

மீது தலைசாய்த்து உறங்க நினைக்கும்

ஒருவனாகிய நான் மாலை மங்கும் மணிப்பொழுதினில்

மங்கையுனது மடியினில் மயங்கும்

மழலைகளாக? மாற்றமடைந்து

உறங்க போராடும் ஒருவன் உமது உள்ளங்கைகளைக்
கோர்த்து உலகினைச் சுற்றும் பயணியாகப்

பாரெங்கும் பரவசமாகச் சுழலப் பாடுபடும் ஒருவனாகிய;
நான்...!

-Bala

மூன்றாம் பிறை

காலை புலரும் பொழுதில்

விண்மீன் விலகும் நொடியில்

வரும் கனவில் நீயும் வந்தால்

என்ன செய்வேன் நானும் !!?

மீண்டும் கண்கள் மூடி

சிறு தூக்கம் ஒன்று கொண்டு

உனை காணும் வரத்தை பெற்று

கனவில் நானும் எழுவேன் !!!

புல் மேலே நிற்கும் பனித்துளி போல

எந்தன் வாழ்வில் நீயும் நின்றாய்

கொஞ்சம் நேரம் என்றால் கூட அதில்

நனைந்த சுகம் வாழ்கை என்பேன்

-Balaji . M

ஒருதலைக் காதல்

மஞ்சள் பூவே என்னை மயக்காதே

உன் காதலைச் சொல்லத் தயங்காதே

உன் பின்னால் சுற்றும் பைத்தியம் நான்

நீ தான் அதற்கு வைத்தியமோ?

உன் கண்களைப் பார்த்து மயங்கினேன்

என் காதலைச் சொல்ல விரும்பினேன்

ஏனோ, தயக்கம் ஒன்று வந்தது நீ இல்லை என்றால் நான்
என்னாவது

ஒருதலையாய் உன்னை காதலிக்கிறேன்

உன்னை மணமுடிக்க ஏங்கி தவிக்கிறேன்.

இறைவா, என் காதல் சொல்ல மன உறுதி தந்திடு

இல்லை என்னோடு சேர்த்து என் காதலைக் கொன்றிடு

- Bharathippriyan D

மௌனம் திற...

வாரியணைத்து முத்தமிட்டு... உதடுகள் உதடுகளோடு
உறவாடி... இறுக்கி அணைத்த கதகதப்பில்

உயிர் வாழ ஆசை தான்...

ஆசைகள் கோடி கோடியாய்

கற்பனை கனவுகளில் வாழ்ந்தாலும்...

உன் பார்வையின் முன் மௌனித்து மரணித்துவிடுகிறேன்...

இந்த ஒருதலை காதலன்

உன்னால் உள்ளம் நொந்து தவிப்பது...

இன்னும் உன் மனம் ஏன் அறியவில்லை?

நான் தலைசாய்ந்து போவதும்...

தலை நிமிர்வதும்... உன் வார்த்தைகளில் உள்ளதடி...

மௌனம் திற...

- S. BHUVANESHWARAN

உன்னுள் உள்ளதடி...

உனக்காக தினம் தினம் கடிதம் எழுதுகிறேன்...

பேனா என்னும் ஊசி கொண்டு...

இதயம் என்னும் வெள்ளைத் தாளில்...

என் ஏக்கங்கள் கண்டு அந்த கடிதங்கள் கூட கண்ணீர்
வடிக்குமடி... கிறுக்கலான என் வாழ்வில்...

ஓவியமாக உன் பாதங்களை பதித்து விட்டாய்...

உன் பாதங்களில் கொழுசாகி சிரிப்பதும்

இல்லை அதில் மிதிப் பட்டு வீழ்வதும்... உன் வார்த்தைகளில்
உள்ளதடி...

இந்த ஒருதலை காதலை உணர்வுகளால்

இணைத்து விடு... இல்லையேல் என் உயிரை நீயே முறித்து
விடு...

- S. BHUVANESHWARAN

ஓரவிழிப் பார்வை

பார்த்த நொடி பதறிப் போய்

உன்னுள் என்னை தொலைத்தேன்...

பதறாய் இருந்த என் மனது

நெல் மணியாய் பக்குவமான நேரம்...

என்னுள் இருந்த வெக்கத்தை விடலை

வயதில் எப்படி தான் கவர்ந்தாய்...

தயங்கி தயங்கி தள்ளியே நிற்கிறேன்...

இந்த ஒருதலை காதல் கொடுமையால்...

கண்மணி நீ இமைக்கும் ஒவ்வொரு

நொடியும் துகள்களாக உடைந்து போகிறேன்...

நீ ஒட்ட வைப்பாய் என்ற நம்பிக்கையில்...

உயிர் கொடு... அந்த ஓரவிழிப் பார்வையால்...

- S. BHUVANESHWARAN

சொல்லப்படாத காதல்

புலனத்தில் ஆரம்பித்த புலம்பல்கள்...

புலம்பலும் மையலாய் ஈர்க்கப்பட்ட காலங்கள்..

நன்நயப்பை நின்னிடம் சொல்ல நினைத்த நிமிடங்கள்..

நின் சிகையைச் சீர்படுத்தி என்னைப் பார்த்த பார்வையில்

நன்ஓதி சிவந்து நாணத்தால் நா..

எழாமல் சொல்லாத காதலை

என் கண் விழிகளால் உணர்த்த

மனத்திடமில்லாமல் இடறி நின்றேன்

சொல்ல நினைத்த வார்த்தைகள் பல குவிந்திருந்தும்

சொல்லப் பல தருணங்கள் அமைந்திருந்தும்..

நான் சொல்லவில்லை.. ஏன்? இக்கவிதையைப் படித்து நீ
அறிந்து கொள்வாய் என்று தான்

- BOOMICA P

உலகின் சொல்லபடாத காதல்கள்

வாடகை தராத மகனுக்கும் தாயின் "கருவறைக்குமானது" காதல்

நிலவிடமிருந்து விலகியே இருக்கும்

"விண்மீன்களின்" காதல்

பறவைக்கும் அதனை பறக்க வைக்கும் "சிறகுகளுக்குமான" காதல்

கரை தொட முயன்ற அலையின் "சிணுங்கல்களின்" காதல்

எந்த "மதமோ" எந்த "குலமோ" எந்த "ஜாதியோ"

என்று எட்ட நின்ற காதல்

ஒருநாள் பார்த்துவிட்டு மறுநாள் என "காத்திருக்கும்" காதல்

சிலரின் காதல் "காலங்களில்" வாழ்ந்ததை விட, "காகிதங்களில்" வாழ்ந்தது அதிகம் அதனால் எழுதுகிறேன் இந்த சொல்லபடாத காதலை

- Chandra Prakash

எந்தன் காதல்

பல மாதங்கள் காத்திருந்து

வார்த்தைகள் பல கற்று

வசனங்கள் பேசினாலும்,

அவளை பார்க்கும்போது

வார்த்தைகள் எல்லாம்

என் மௌனத்திடம்

சிறைபட்டு விட்டதே...

சொல்லப்படாத காதலாக இருந்தாலும் சரி

சொல்லாமலும் வெல்லும்...

உண்மை காதலாக இருந்தால் வெல்லாமல் செல்லாது..

- Gokul

நான் சொல்லியும் சொல்லாத காதல்

என் மூளைக்கும் தெரியும் என்னவளுக்கும் தெரியும்

என் காதல் சேராது என்று,

சொல்லப்படாத காதல் அல்லவா....

தைரியம் அல்லாமல் அல்ல காதலை சொல்லி கலங்கடிக்க மனமில்லாமல்

சேராத காதல் என்றும் தித்திப்பு என்பதை என் காதலில் உணர்ந்தேன்

என்றாவது சேர்வோம் என்றில்லை என் நம்பிக்கை என்றும் அவளுடன்

காதலிக்க காரணமும் இல்லை காதல் பிடிக்காத யாரும் இல்லை

என்னவளின் கருத்தும், எனது கருத்தும் அதுவே

என்றாவது சேருவோம் யாரும் இல்லா காலத்தில், அதுவே என் காதல்...

- Hariharan Gurusamy

ONE SIDE LOVE

எதிர்பாராமல் காத்திருக்கும் காதலுக்கும் எதிர்பார்ப்பு நிறைந்திருக்கும்

எதிர்பாராமல் தன் காதலை சொல்ல

எதிர்பார்த்து காத்திருக்கும் அந்நாளுக்காக....

எதிர்பார்ப்பு இருந்தாலும் எதிரே எதிரே பார்க்க தயக்கம் காட்டும்

என்ன மாயம் இது....

- S.JITHENDRAHASAN

ஒருதலைக் காதல்

நிழற்பட நீளத்திலும் நிமிர்ந்தே கிடக்கும்

அவளது திமிரிலேயென்னை வசப்படுத்திய விந்தையவள்!

நேர்ப்பட மொழிப்பெற தயங்கிநிற்கும் நானோ
தலைக்குணிந்தவன்...

படபடவெனத் துடிக்கும் இதயமும் அவள் எங்கேவென
தேடுகிறது...

இருப்பினும் அவள் ஏற்க மறுத்தாலதை

ஏற்கும் மணதூரம் நீழ்கிறது...

தனித்திடும் தருனமெல்லாம் என் தாலாட்டும் நியே...

சுமைத்தரும் சூழலிலும் ஒருவரின் துணையாகிக்
கடக்கச்செய்வது

நம் ஒருதலைக்காதலே...

- KALAI THENDRAL M

ஒருதலைக் காதலனாக நான்..!

எதிர் வீட்டிலோ அவள்... எங்கே போவாள்? எப்போ
வருவாள்..? என்று என்றும் தொலைநோக்கு பார்வையில்...

ஓய்வில்லாமல் கண்டுகளிக்க...

அவளை கண்டாலே துள்ளி குதித்தும்..

முகத்திலும் உடலிலும் உற்சாகம் தோன்றும்...

இதே போல அவளிடம் சொல்லாமலே;

வாழ்ந்தேன் கனவில் அவளுடன்... பல நாட்கள் அல்ல, பல
வருடமாக....

பின் எதிர்பாராத நாளில் எவனோ ஒருவனுடன், தாலியுடன்
அவள்....

கனவுகள் எல்லாம்: கண்ணீரில் கரைய...

நின்றேன் நான்.... ஒருதலைக் காதலனாக நான்

- K Kameshwaran

அவளோடு என் பயணம்

நான் தூரத்து காதலன் - அவள்

அசைவுகளை உற்று நோக்கும்

உன்னத கலைஞன்

நெருங்க துணிவின்றி - இரண்டடி

தொலைவில் ஏங்கும் பைத்தியக்காரன்

இமைவழியில் சிக்காமல் இதயத்தினுள்

ஊடுறுவ போராடும் போராட்டக்காரன்

அனுமதியின்றி என்னுள் புகுந்தவளை

அனுமதியோடு கைக்கோர்க்க நினைக்கும்

பேராசைக்காரன்.....

- Karthick Raja P

அழிந்த ஓவியம்

கவிநயம் பேசி கலந்துரையாடியும்-அவள்

பாதம் பார்த்து உறைந்து நின்றும் கனவுகள் பகலிலே உலாவ விட்டும்

கல்லூரி காலங்கள் கடந்து விட்டனவே..!!

கண்கள் காதல் சொல்லவில்லை

அவள் உதட்டின் வழி வந்த தோழா

என்றும் எனக்கு அனுமதியும் தரவில்லை..

நாளை என் மனப்பெண், இந்த கல்யாண மணப்பெண்,

மேடையிலே இடம்தரா வீட்டுப் புதுப்பெண்.

உடன்நின்று ரசித்தவன் என்ற சிரிப்புடன்

சொல்லப்படாத இக்காதல் ஒதுங்கி நிற்கும்

என்றும் தோழனே என்ற பெருமையுடன்.

- Kavin Manoharan

ஒரு மனக் காதல்

கண்கள் அருந்தும் இவ்வுலகம் நமதன்று.. கனவுகள் சொல்லும்
நிதர்சனம் புரிவதென்று?..

வன்மமும் வண்ணமும் அவர்களுக்கே சொந்தமே,

அதில் காதல் ஆட்டம் செல்லுமோ!! உள் மனதின்
இவ்வொய்யார ஓசைகள்..,

பாமர மனதுக்கு தெரிவிக்காததும் ஏனோ??!

அவள் பாதம் பதிந்த- இச்சுடுகாடும், அவள் வாசம் நிறைந்த-
இக்குடிசையும்,

மலர்ந்ததும் போதும். கொல்லப்படும், இச்சொல்லப்படாத என்
காதல்

விடுமுறை தினத்துடன் விட்டுப் போகட்டும். இதோ!! எரியும்
அவள் கல்யாண பத்திரிக்கை

என் எழுதிய கவிதை பக்கத்தை சாந்தப்படுத்தட்டும்.

- Kavin Manoharan

தொலையாதே வெண்(நி)லா

உன்னை பார்த்த மறுகணம்..

என் உறுப்புகளின் ஒப்பனையை கேள்,

எனக்காக துடித்த இதயம்

உனக்காக துடிப்பேன் என்றது!!!

என் கால்கள் உன்னை நோக்கி செல்ல,

உதடுகள் உன்னிடத்தில் பேசு என்று உத்தரவிட்டது.

என் கைகளோ உன் கைகளுடன்

கோர்த்து காலத்தை கட என்று முன்வந்தது.

இப்படி என் உடலை உனக்கு

உறவாக்கினால் நான் என்ன செய்வேன்,

உன்னிடம் சொல்ல முடியாமல் ஏங்கும்....

- Leo Thambu Sebastian

என் காதல் அவளுக்காக

ஒரு தலை காதல் :

உயிர் இருந்தும் உணர்வரியா ஓர் ஜீவனின் கீதம்

தரை தொட்டு நடந்தாலும் தரை தொடாது என் பாதம்..

உலகமே சிறியதாய் அவள் மட்டும் உலகமாய்,

பார்வை ஒன்று பார்த்தால் போதும் பிரபஞ்சமும் என் கையில்,

சொல் ஒன்று சொன்னால் போதும் சொர்க்கமும் என் நெஞ்சில்..

செய்யும் செயலும் புரியாமல்,

நிஜமெது கனவெது தெரியாமல்,

பகல் இரவென விளங்காமல்

பகடையாய் உருளுகிறேன் அடியே உன் காதலுக்காக..

- Madhavan

மதியின் மங்கை.

இதயம் மறந்த காதல் ஒன்றை,

உன் விழிகள் ஒன்றில் கண்டேனே...

இதழ்கள் மறந்த வரிகள் எல்லாம்,

உன் மௌன மொழியில் அறிந்தேனே....

கனவில் உன் நினைவில் வாடி,

நினைவுகள் பல நான் மறந்து போனேனே...

இரவில் தூக்கம் தவிர்த்து,

மதியின் ஒளியில் உன்னை காண்பேனே...

- Manikandan k

முதலும் முடிவுமாக காதல்

மலர்ந்த மெட்டுக்கள் எல்லாம் சில நாட்களில் உதிர்ந்து விடும்..

என்னில் மலர்ந்த நம் காதலும்.... உன் நினைவும்

என்றும் உதிராதடி....

காலம் கடந்து காத்திருக்கிறேன்

உன்னை சேர்ந்திட ....

தாடியே பிடிக்காத உனக்கு....

இன்று தாடிக்குள் மறைத்து வைத்திருக்கிறேன்.......

கல்லூரிக்கு பாடம் படிக்க வந்த நான்.....

உன் மனதை படிக்க

நினைத்தது என் தவறுதான் ....

வாழ்க்கையை எனக்கு கற்று கொடுத்தாய்......

- Murugesa Sethupathi

ஒரு மன காதல்

மெய்சிலிர்த்து பார்த்துக்கொண்டு இருப்பேன்,

என் காதலியை என்னை அறியாது..!

மெய் மறந்து ரசித்துக் கொண்டிருப்பேன்

அவளது அழகைக் கண்டு..!

அவள் என் காதலி என்று அவளுக்கே தெரியாது..

இந்த காதல் நிறைவேறுமா என்று எனக்கும் தெரியாது..!

அவளையே அறியாமல் அவள் என்னைப் பார்க்கும் அந்த பார்வை..,

என்னை கடந்து போகும் போது.. அவளது வாசனை..!

நினைத்து நினைத்து சந்தோஷப்படுவேன்,

நிரந்தரம் இல்லா அந்தத் தருணத்தை..!

என்ன செய்ய இது ஒரு தலைக் காதல்

- Paul RobinSon Levi

ஒரு மனதின் ஏக்கம்

கூறுகிறேன் என் காதல் கதையை..

எப்படியும் அவள் என்னை ஏற்றுக் கொள்ளப்போவதில்லை,

எனினும் என் மனம் அவளையே தேடுகிறது...

எப்படியும் அவள் என்னை ஏற்றுக் கொள்ளப்போவதில்லை,

ஏனோ என் மனம் அதை ஏற்க மறுக்கின்றது.

என் காதல் அவளுக்கு தெரியப்போவதில்லை,

தெரிந்தாலும்.. அவளின் காதல் எனக்கு கிடைக்கப்
போவதில்லை..!

ஆனாலும் அவள் வேண்டும், அவளது காதல் வேண்டும் என்று,

என் இதயம் அவளுக்காக அடம்பிடிக்கிறது..!

இது ஒரு தலை காதல் வலி, இதுவே என் தலைவிதி..!

- Paul RobinSon Levi

நீங்காத நினைவுகள்...

பூவே உனைக் கடந்து சென்றேன்

ஒரு நொடியில் எனை தொலைத்து நின்றேன்

தொடங்கியதே ஒரு நெடுந்தூர பயணம்

இதுவரை தேடியும் எனை எங்கும் காணோம்

நீ தொலைவில் இருக்கையில் தேடிய என் கண்கள்

என் அருகில் இருக்கையில் உன் முகம் பார்க்க துணியவில்லை

உன் வருகையை எண்ணியே மகிழ்ந்த என் மனம்

உன் உடனிருப்பில் நடுக்கம் கொள்ளவும் மறக்கவில்லை

காரணம் கதிரவன் வீழ்த்திய உன் மேனியின் பிரகாசமோ

மலரைப் போல் பூத்திட்ட எந்தன் நாணமோ

அதன் காரணம் நானும் அறியவில்லை

உன் நினைவினை மறக்க வழியுமில்லை

- Rabinston. S

சொல்லாக் காதலின் விளைவு

சூழல் இருந்தும் சொல்லவில்லை

சொல்ல வந்தும் வார்த்தை இல்லை

அள்ளி வந்த ஆசைகள் அனைத்தும்

அவனுடன் உன்னைப் பார்த்தவுடன்

என்னுள் புதைத்துக் என்னை எரித்தேன்

இரவுகளில் நினைவும் , விழியில் மழையும்

தலையணையை தவிர யாரும் அறியார்

நாட்கள் நகர்ந்தால் நலமாகும் என்ற எண்ணம்

நரகம் மட்டுமே நினைவுகளின் சின்னம்

ஒருவேளை உரைத்திருந்தால்

கவிஞன் ஒருவனை என்னுல் புதைத்திருப்பேன்

- Ramesh krishnan R

ஒரு தலை காதல்

மந்திரம் செய்தாயடி, மாய மந்திரம் செய்தாயடி,

வழி மாறா என் வழியை, உன் விழியாலே மாற்றினாய்!!!

வலி தாங்கும் என் மனம், உன் விழி தாங்காமல் போனது
ஏனோ?

உன் கை தவறும் காகிதமும்,

காதல் கடிதமடி எனக்கு. உன் ஒருதுளி பார்வை,

யாசன் யான் பெற்ற பேரின்பம்.

உன் சுவாச காற்றில் உயிர் பிழைத்திடவே, உனை
தொடர்கிறேனடி.

வீசும் காற்றினில் பறந்திட்ட துப்பட்டாவில்,

ஒரு துளி நனைந்தாலும் உறைகிறேனடி.

- Robinson

மௌன மொழிகள்

கண்களால் கைது செய்தவரை

கனவாய் நினைத்து காதலித்தேன்!

உறக்கத்தை களவாடியவரை

ஊன் உண்ண மறந்து நினைத்தேன்!

மௌனம் கொண்டு மொழி பேசியவரை

பேச்சை மறந்து ரசித்தேன்!

புரிந்தும் புரியாமல் நடித்தவரை

பகலிரவாக புன்னகையுடன் நினைத்தேன்!

என் உள்ளம் முழுதும் காதலாய் நிறைந்தவரிடம்

ஏனோ மௌனத்தை மட்டுமே நிறைத்தேன்!

- Soundaryalaxmi Baskar

ஏன் இந்த காதல்?

ஏன் எனக்கு இந்த வலி

உன்னை பார்க்க முடிகிறது

உன்னிடம் பேச முடிகிறது

உன் அருகில் இருந்து கைகள் கோர்த்து

நடக்க ஆசையாக தான் உள்ளது

ஆனால் என் மனதில் உள்ள காதலை உன்னிடம் சொன்னால்

நம் நட்பும் காணாமல் போய்விடுமோ என்ற பயம்

- Sri bhavadharini

மங்கை அவள் அழகில் மறந்தது உலகு.

எண்ணற்ற போர்களில் தோல்வி தழுவாத

என் மதில் கொண்ட வீரம்;

உன் ஊமை விழி வினவிய

கேள்விக்கு பதில் தெரியாது

விலகி ஓடியது ஒரு ஓரம்;

ஓய்வின்றி ஓடி வரும் ஓடம்

அதை தேடி வரும் நீயும்

உன்னை கான இந்திரனும் சந்திரனும்

இமைகாது காத்திருந்தனர் பலமணி நேரம்;

அந்நேரத்தை காலத்தால் அழியாத அக்காட்சியை,

மதிமயங்கி மாலையது மங்கையை கான

வந்ததென்பதா..?? இல்லை

நான் உன்னை கண்டு மதிமயங்கி

மாலை மறந்து நின்றேன் என்பதா.

- Venod.p.viyas

உன்னை சேரும் நாளுக்காக

என் கவிதைக்கு நான் எழுதும் கவிதை.....

இரவும் பகலும் கடந்து போகிறது.....

என் கண்ணீரோடும் உன் நினைவுகளோடும்......

வரம் வேணும்னு கேட்டா.....

நான் என் வரத்தையே திருப்பி கேட்ப....

என் வரமே நீதானடா....

உன்னை விட உன் நினைவுக்கு;

என்னை பிடித்திருக்கோ என்னவோ.....

நீ இல்லா நேரத்தில்; துணையாக நிற்கிறது....

உன்னை நேசித்த அளவிற்கு;...

உன்னை பற்றிய மறதியை நேசிக்கவில்லை....

கண்ணீரோடு சில நாள்..

உன் நினைவுகளோடு பல நாள்....

என்றும் காத்திருப்பேன் உனக்காக...

உன்னை சேரும் நாளுக்காக என் அன்பே...

- S.Vishnupriya

வரம் தான் கிடைக்குமா

Quote 1: சீதையை தேடிய ராமனுக்கெல்லாம்

சீதை கிடைப்பதில்லை

நான் தேடிய சீதையோ

எனக்கு வரம் கொடுத்து

என்னை ஏற்கவில்லை.

Quote 2: விண்ணிலும் உன் போன்ற நிலா இல்லை

வானிலும் உன்

போன்ற நட்சத்திரம் இல்லை

மண்ணிலும் உன்

போன்ற பெண்மை இல்லை

ஏனோ நான் உன்னை சேரும்

வரம் எனக்கு இல்லை

- ஒருதலைக்காதலன்

Love

1).இன்று நாம் தொலைவுகளில்...

சந்திக்க முடியாத நேரங்களில்

தான் தெரிந்து கொண்டேன்...

உன்னைப் போலவே; உன் நினைவுகளும்

அழகாக இருக்கின்றன என்பதை...

2).கவிதையும்

மறந்தது. கவிதை எழுதவும் மறந்தது...

கவிதை படிக்கவும் மறந்தது...

அவனது பெயரை என் இதயத்தில்

உச்சரித்த பிறகு...

-சந்தியா

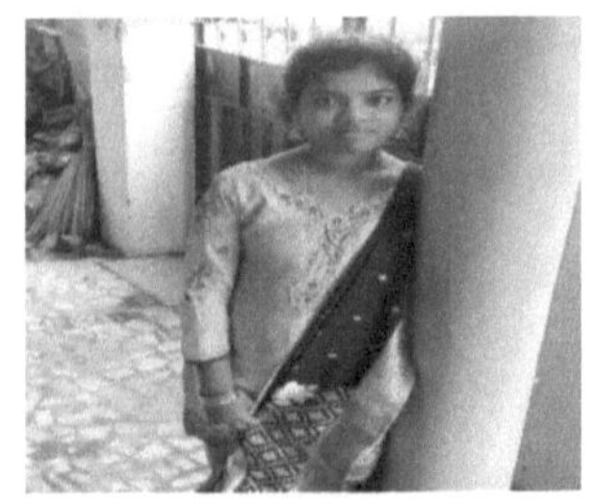

எண்ணமெல்லாம் என்னவன்

Quote 1 :

காரணங்கள் பல கூறி

உன் கரம் கோர்க்க ஆவா தான்

இவளுக்கு நீ என்னவனாய்

இல்லாத போதும்

Quote 2 :

மின்னும் கண்கள்

பின்னும் கைகள்

அவளுடனான நேரங்களை

எண்ணியே என்னை மறந்தது

- Bharathi

காதல் கொண்டேன்

Quote 1:

தூரம் நின்றே ரசித்து..

தூரிகை இன்றி கனவுகள் தீட்டி..

தூதுவனாய் காற்றை அனுப்பி..

தூசி கூட உன்னை தொடாமல்

தூரம் நின்றே பார்த்துக்கொள்வேன்

Quote 2:

காகிதம் அரிக்கின்ற கரையான் போல

நான் நச்சரித்தேனா?

எங்கோ கண்ணுக்கு தெரியாத

சிறு மண்புழு போல

இதமாய் உன் சிரிப்பை

ஓர் ஓரம் நின்று ரசித்துக்கொள்கிறேனே?..

- HARIESH P

கானல் கனவு

Quote 1:

நீ இல்லை என்றாலும் நான் இருப்பேன் உந்தன்
நினைவுகளுடன்...

நினைவுகள் நிஜம் இல்லை என்றாலும் நித்தமும்
நினைத்திருப்பேன்... நாம் களவாடிய பொழுதுகளை...

Quote 2:

அந்த காரிகை நினைத்து வண்ணத் தூரிகையால் தீட்டிக்
கொண்டிருக்கிறான் இவனின் ஆசைகளை....அது கானலே என
தெரிந்தும் காதல் கொள்கிறான் மீண்டும் மீண்டும் அவள்
மீது!...

@kirukkiya_kavidhaigal

சொல்ல துணிச்சலில்லா காதல்

Quote 1

அருகில் இருந்தும் சொல்லிவிட துணிச்சல் இல்லா நொடி,
சொல்லாமலே புரிந்துக் கொள்வார் என்ற ஏக்கம்

சொல்லாத காதல் ஆகும். உண்மையான அன்பு
சொல்லாவிடிலும் காலமுள்ளவரை கவி பாடி வாழ்ந்திருக்கும்,
வலியிலும் ஒரு பொலிவோடு.

Quote 2

அகம் உணரும் வலியை அறிந்தும் சிறிக்கிறது முகம்,
என்றாவது காதலை சொல்லிவிடுவோமென்ற அந்த மீதமுள்ள
சிறு நம்பிக்கையோடு.

- SHAILO JOY .A.J

காதல் காதல் தான்

ஒருதலைக்காதல்

ஒரு இதயம் இன்னொர் இதயத்தை அதன் விருப்பம் இல்லாமல் நேசித்தால் மட்டுமே

அது ஒருதலைக் காதல்

இரண்டு இதயங்களும் நேசித்துக்கொண்டு காதலை சொல்லாமலோ, பார்க்காமலோ, பேசமலோ இருந்தாலும் அது இருதலை காதலே…..!!!

- Shayan Pothannayagam